उत्सव

सुप्रिया वकील

मेहता पब्लिशिंग हाऊस

Please contact us at **Mehta Publishing House Pvt. LTd.,** Pune 411030.
✆ +91 020-24476924 / 24460313 / Mob. No. 9545000513
Email : production@mehtapublishinghouse.com
Website : www.mehtapublishinghouse.com

- *या पुस्तकातील लेखकाची मते, घटना, वर्णने ही त्या लेखकाची असून त्याच्याशी प्रकाशक सहमत असतीलच असे नाही.*

UTSAV by Supriya Vakil

उत्सव : सुप्रिया वकील / कवितासंग्रह

Email : author@mehtapublishinghouse.com

प्रकाशक : सुनील अनिल मेहता

प्रकाशक : मेहता पब्लिशिंग हाऊस प्रा. लि.,
१९४१ सदाशिव पेठ, माडीवाले कॉलनी, पुणे – ३०.

मुद्रक : ट्रिनिटी अ‍ॅकॅडमी फॉर कॉर्पोरेट ट्रेनिंग लिमिटेड

मुखपृष्ठ : चंद्रमोहन कुलकर्णी

प्रकाशनकाल : १२ एप्रिल, २००४ / पुनर्मुद्रण : मे, २०२३

किंमत : ₹ १५०

P Book ISBN 9788177664614

कै. गोविंदराव व कै. कमलादेवी वकील

नातं जुळलं ते तुमच्या स्मृतींशी..........

तुमच्या स्मृतींना

सुप्रिया

अनुक्रमणिका

१.

उत्सव

पावसाचं देणं
धरतीचं लेणं
उत्सव अवघा.

शिवार सजणं
अंगांग भिजणं
उत्सव अवघा

कंच हिरवाई
कोण अपुर्वाई
उत्सव अवघा

थेंबथेंब त्याचा
श्वास आनंदाचा
उत्सव अवघा

क्षणांचे रंगीत
जीवन संगीत
उत्सव अवघा

२.

कविता

रात्री सगळं शांत झाल्यावर
हळूच... हलवून
कविता जागं करते
कानाशी कुजबुजते
कोऱ्या कागदावर
मन मानेल तशी
पसरत राहते
कधी हसते,
रुसते,
खुणावते
आपल्या रंगात रंगवते
पापण्या पुन्हा
मिटायला लागतात तेव्हा
त्यात
बाहेरच्या ओंजळभर
चांदण्या ठेवून जाते

३.

एक संध्याकाळ

नारिंगी लाटांवर
विसावलेला सूर्य
चुळूक बुळूक
चुळबुळणाऱ्या लाटा
अंधाराच्या कुशीत
हळूहळू विरघळत जाणारं
क्षितीज
काळोखात लुकलुकणारे
बोटींवरचे दिवे
आणि
तनामनात भरून राहिलं
सळसळतं वारं
तुझ्या हातांच्या
उबदार शिंपल्यात
माझे हात
मिटून घेतलेस तेव्हा........
तेव्हा रेशमी लाटा
उलगडत राहिल्या
माझ्या मनात
आणि
पाण्यावर निर्धास्त
डोलत राहिला
माझा पडाव

४.

रेषा

तिच्या सफाईदार हातांनी
भुई चकचकीत सारवली
हिरवट पिवळ्या रंगानं
उग्रशा वासानं
चिर न् चिर लिंपवली
अंगच्या नक्षीसारख्या
लयबद्ध रेषा
जमीनभर विसावल्या
एकमेकींत मिसळून
सोपाभर पसरल्या
भुईवरच्या भेगा कात्र्या
तिनं घेतल्या हातावर
आणि
तशाच रेषा
अंगभर.

५.

फुलपाखरं

अंगाचा मखमलीपणा सांभाळणारी
रंगांची ताजगी टिकवणारी
अनपेक्षित चिमट्यांमधून निसटणारी
फुलपाखरं
आपल्या मनासारखं वागतात
वेव्हलेन्थ जुळणाऱ्या फुलात
आपल्याही पाकळ्या मिसळून
क्षणभर विसावतात
नक्षी नक्षी काढत
मनस्वी भिरभिरतात
फुलपाखरांचं तोंड कडू झाल्याचं
कधी ऐकलंय कुणी?

६.

केशरिया

गुलमोहर हा
आरक्त होऊन
अवघी लेऊन
केशराई.

गुलमोहर हा
बघतो वाकून
जमीन झाकून
केशराने.

गुलमोहर हा
डवरून अंगी
बहरून रंगी
केशरिया.

७.

भेट

भेटतो ना,
तेव्हा काहीच सुचत नसतं
कळत नाही,
नेमकं असंच कसं घडतं!
भेटीची ती हुरहुर
किती असते जाळत
मग,
असं का होतं?
नाही ना कळत.
"कसा आहेस?
काय चाललंय? आणि काय?"
एवढं नेहमीचंच
की,
"भेटू पुन्हा.... बाय!"
अशाच पुन्हा भेटीसाठी
काहीच न बोलण्यासाठी
उसासावं, झुरावं
मनाशी काय काय विणावं
दोघांनाही वाटतं
दुसऱ्यानं आधी म्हणावं!

८.

अचानक

संथ तळ्यापरी
जीवन निर्मळ
हिरवा दर्वळ
कधी असे

कोण कुठले ते
सखे नि सोबती
अवतीभवती
असो कुणी

नसे कुणाशीच
काही देणेघेणे
आपले जगणे
आप रीत.

अलगद कसे
हळूच पाऊल
लागली चाहूल
कुणी आले

अलगद येता
ढवळले तळे
आभाळाला मिळे
उराउरी

९.

नदी

तिचं सारं काही
सर्व दिशा दाही
देऊन जाते
नदी वाहते

नाही उणेदुणे
सारखेच देणे
मायेने देते
नदी वाहते

करुनी ओंजळ
पाऊस घेऊन
काठाला देते
नदी वाहते

गुंतागुंत नाही
तुझे माझे काही
सागरा जाते
नदी वाहते

१०.

झाडं आणि माणसं

झाडांची वयं दाखवतात
खोडाच्या छेदावरची
समकेंद्री वर्तुळं
बिनकेंद्री, ठाशीव सुरकुत्या
दाखवतात
माणसांची वयं
त्यांच्यातली कुणी मनीप्लँट
एकमेकांचं बोट धरून
वाढतात.
माणसांतले कुणी
एकमेकांचे पाय छाटून
वाढतात.
पानंफांद्या तोलत
झाडं भरतात
नाती कलम करून
माणसं फिरतात.

११.

हिशोब

इथे होते शिक्षा
चूक नाही तरी
न्याय असा भारी
कसा असे?

पाप आणि पुण्य
हिशोब हा कसा
जीव वेडापिसा
होतो भारी.

जगताना असा
असतोच शाप
म्हणा त्याला पाप
काही म्हणा.

केवढ्या चुकीचे
केवढे भोगणे
त्याचे ठरवणे
हाती नाही.

१२.

शुभ्रवर्ण

पुऱ्या आयुष्याचे
अनेक रंग
करिती दंग
आपल्याला.

एकेका रंगाची
अनोखी किनार
वेध आरपार
जीवनाचा.

रंगात रंगून
जनम सरे
शेवटी उरे
शुभ्रवर्ण

१३.

सोनेरी पेन

सोनेरी पेन साक्षी होतं
आमच्या पहिल्या भेटीचं
तेच होतं मानकरी
पहिल्यावहिल्या भेटीचं

नव्या नावाच्या
सहीचं वळण
नव्या नवलाईतली
उधळण।
गीत टिपलं हळवं
त्यानंच माझ्या ओठीचं....

खूपसं नंतर
झालं लिहून
रिफिल्सही
कैक बदलून
बनत गेलं असंच
ताईत माझ्या कंठीचं....

पेपरचा खाडा
वाण्याची यादी
दूध... अर्धा जास्त....
असंच कधी
हुकमी राहिलं बनून
सह्या आणि नोंदीचं...

सोनेरी झिलई
कमी होऊन
एकूणच आता
आलंय विटून
फिकटपणातलं इंद्रधनू
फक्त माझ्यासाठीचं
सोनेरी पेन साक्षी होतं
आमच्या पहिल्या भेटीचं..........

१४.

ओली वाट

अवघड घाट
डोंगरवाट
ढगांची दाटी
वारा पाठी
पानं चिंब
मस्तीत दंग
न्हाऊन उभी
मळभ नभी
दगड हिरवे
वाट हरवे
पाऊस सरी
लपली दरी
कोमल कळी
लालस तळी
धुक्याचा पदर
पाऊस काठ
तिथून ओघळे
ओली वाट

१५.

प्रिय....

मन जेव्हा स्वत:शीच बोलून बोलून थकले
तेव्हा अखेर मग पत्र लिहायला घेतले
आधी होते मनात कुठलं काय काय जुळले
पण पहिल्या शब्दापाशीच मी अडखळले
त्याचा माझ्या मनातला गंध भरून उरलेला
कसा यावा मायन्यात चाकोरीच्या ठरलेला
मनाच्या खोल गाभ्यातले जुळलेले दुवे
शब्दांत पकडता यायला तर हवे
विश्वासभरल्या स्पर्शाचा तो मूक आधार
येईना कुठल्याच ओळीला अलगद अबदार
शब्द उचंबळून परी ओठाशीच रुकले
पेनही तसेच कागदाशी थबकले

१६.

मागे वळून पाहता....

मागे वळून पाहता
येती डोळ्यांपुढे
पुसट पुसट चित्रे
कोण कोण कुठली
भेटलेली पात्रे

मागे वळून पाहता
उसळतो मनात
आठवणींचा दंगा
कुठून कुठून जमून
घालतात पिंगा

मागे वळून पाहता
आपलीच चूक
ठळकपणे दिसते
पण आज मनात
तिचे समर्थनही असते

१७.

पिवळ्या उन्हाला........

वर्षाच्या दिसात श्रावणाचा प्रहर
पिवळ्या उन्हाला पावसाचा बहर
        गवतात मोती
        घननीळ होती
        टपटप पानी
        थेंबथेंब गाती
उमटे शहारा वाऱ्याची लहर
पिवळ्या उन्हाला पावसाचा बहर
        कवडसा एक
        फांद्यांतून शिरे
        किरणांचा थवा
        झाडाखाली फिरे
लाजल्या वेलीला कळ्यांचा मोहर
पिवळ्या उन्हाला पावसाचा बहर

१८.

आरसा

जेव्हा दिसतो कधी
बोलतो आरसा
भाव ह्रदयातले
खोलतो आरसा
चेहऱ्याच्या रंगरेषा
पाहतो आरसा
डोळ्याखाली वर्तुळे
पाहतो आरसा
काठ ओले डोळियांचे
थिजतो आरसा
शून्य होता चेहरा
विझतो आरसा
कोण तो चित्तचोर
पुसतो आरसा
ओठ खोटे बोलता
हसतो आरसा
मन जाता दूरदूर
जाणतो आरसा
वास्तवाचे बिंब तेव्हा
आणतो आरसा

१९.

तारा

का खुणावतो आहे
क्षितीजावर तांबूस तारा
अन् फिरून फिरून तिथे
मन हे घोटाळते.
झाडांच्या शेंड्यावरती
उंच पतंगाभवती
ढग कापूस लाटांसंगे
पुन्हा तिथेच फिरुनी
त्या तांबूस ताऱ्यापाशी.
कळपात चांदण्यांच्या
तो दूर उभा तेथे
उंचावर अवखळ हासू
स्निग्ध मुग्ध तेजस्वी
पुन्हा पुन्हा वळताना
तसाच खुणावत आहे
अन् फिरून फिरून तिथे
मन हे घोटाळते

२०.

मन

मन कापूस कापूस
दूध चांदणं हसलं
वाऱ्यावर अलगद
कुठं जाऊन बसलं

मन आरसा आरसा
जीवनाचे त्यात बिंब
आपल्याच संगे होते
भिजूनिया चिंब चिंब

मन कट्यार कट्यार
लख लख लख धार
आपल्याच जीवावर
कधी कधी करी वार

मन हिर्वळ हिर्वळ
तिथं गारवा फुलावा
रंगागंधाने सजून
आसमंतात झुलावा

२१.

कुपी

केसांत चांदण्या जडल्या
अन् भाळावरती चन्द्र
वाऱ्याच्या झुळुकीत होते
संगीत कुणाचे सांद्र
मधुसूर तिथे तेव्हा
रेंगाळत अजूनी होते
सुखे जडावून धुंद
डोळे गहिरे होते
मादक त्या गंधाने
वेळ अचूक साधून
क्षण ठेवले तेव्हाचे
कुपीमध्ये बांधून
स्वरगंध मनी तेव्हा
धुंद गहिरे होते
तव रेशमी स्पर्शाने
फुटले धुमारे होते

२२.

डोह

संथ काळस डोहावर
हलके तरंग
मोहरणारे.
मध्यजलावर
कमळ हसरे
खुलता खुलता
दर्वळणारे.
काठचे दिवे
सामावणारे
झोकून देऊन
विरघळणारे
उंच झुकले झाड
वाकून बघत
गंभीरणारे.
लांबच लांब
क्षितीज काळे
चकवणारे.

२३.

शब्दस्पर्श

शब्दाहून स्पर्शात
व्यक्त आले कुठून
संकोच कधी निवला
कळले नाही ते ५०।
फुलताना खुलताना
अलगद विसावून
सुखे झेलताना
यावे डोळे मिटून
नवलाईची भाषा
जाणून देता घेता
मनी उमलते
रसरसते कविता

२४.

का?

सांगून कधी
वळते का?
केव्हा कुठे
कळते का?
सवयीने
रुळते का?
सोडले तर
पळते का?
राखेखाली
जळते का?
चालून वाट
मळते का?
मागून कधी
मिळते का?
नको म्हणून
टळते का?

२५.

दुरावा

दुराव्याच्या भिंतीआड
आसवं टिपतानाही
तुला माझ्याच आठवांचा
आधार लागतोय ना?
मग कशाला
हा अट्टहास
थोडं आत डोकावून बघ
भिंत गळून पडेल
आपोआप
अगदी तुझ्या अवसानासारखीच.

२६.

धागे

पुस्तकात खुणेचा धागा घालावा
तसे अनेक धागे
आयुष्यात
इथं तिथं घालून ठेवलेले
प्रत्येक वेळी
मागील पानावरून पुढे
धाग्याच्या पुढे
आणखी पुढे
धागेच धागे...

२७.

पत्र

पत्रातून मिळतो
भेटल्याचा आनंद
थोडासा तर थोडासा
नसेना का संबंध

पत्रातून मिळते
भावनेला दाद
आपल्याची आपल्याला
'आपली' साद

पत्रातून मिळतं
खरंखुरं मन
त्याशिवाय का उगीच
होते कधी आठवण

पत्रातून मिळतो
मनाला दिलासा
कुठंतरी कुणाला
शब्द माझा हवासा...

२८.

कपडे

कपड्यांतला एखादा
असतो अलवार
आपल्याशी सलगीत
मऊसूत हळुवार

एखाद्याची असते
खूण म्हणून खास
चांगल्या वाईटाचे
जोडून त्याला पाश

एखाद्याची असते
वेगळीच बात
खोल असतो जपून
मनाच्याही आत

विटोत... फाटोत
तरी रंग पक्के
आपापल्या संदर्भांचे
अमूक तमूक शिक्के.

२९.

सजा

आठवणी टोकरून
दुःखं गोंजारणं
जसं जखमांवरच्या
खपल्या काढणं
तीच ती उजळणी
तोच दाह
तेच आघात
जणू पुन्हा नव्यानं
तेच ते साहात
असल्या जमाखर्चाची
बेरीज वजाबाकी
वजा
विसरता न येण्याची
फक्त एक
मोठी सजा

३०.

घर

आहे माझं एक
शाणंसुरतं घर
तिथं नसतो मुळी
मला कसला डर
तिथला कोपरा न् कोनाडा
असतो माझ्याजवळ
असते जवळ माझ्या
माळ्यावरची अडगळ
पडते दिवसागणिक
आपलेपणात भर
आहे माझं एक
शाणंसुरतं घर.
तिथला वास आणि
साऱ्या खाचाखोचा
आहे ठाऊक मला
भांड्यावरचा पोचा
नाही नाही कुठ्ठं
त्याची म्हणून सर
आहे माझं एक
शाणंसुरतं घर.
माझ्याविना तेही नाही
त्याच्यावाचून मीही
तेही माझ्यासारखी
देईल अशी ग्वाही
आहे मला खात्री
म्हणते म्हणून तर
आहे माझं एक
शाणंसुरतं घर

३१.

पायवाट

हिर्व्या शेतातून पसरे
लाल काळी पायवाट
उभी तिच्या कडेनं
झुडपांची गर्दी दाट

पायवाटेवर दिसे
झाडापानांची छाया
झाकोळून जातसे
तिची सारी काया

मोकळ्या मस्तीनं
तिथं फिरतात गुरं
पायवाट झेलते
अंगावर त्यांची खुरं

पानतंबाखू पिचकारी
जातायेता मारे कुणी
पायवाट ना बाळगे
त्याची कधी खंत मनी

सामावून शेतामधी
शेत झाली पायवाट
पुढे दूर क्षितिजात
गेली मिसळली थेट

३२.

वळण

येतं एखादं
वळण नवं
त्याकडं मात्र
पाहायला हवं

नवं क्षितीज
सावध रस्ता
अथांग आकाश
नव्याने हसता
जुनं सारं
विसरायला हवं
येतं एखादं
वळण नवं

मागच्या साऱ्या
पुसून खुणा
आपल्याशीच
नव्या आणा
पुन्हा उमलून
फुलायला हवं
येतं एखादं
वळण नवं

३३.

पत्राची वाट

पाहता पाहता
पत्राची वाट
तारखांवर
एकेक काट
आज नाहीच...
उद्या तरी...
आशा लागे
खुळी तोवरी
असेल काम
का पडला विसर
शंका नाना
काळजीची कसर
जेव्हा पत्र
हातात पडतं
तेव्हा मन
तिथंच उडतं
कागदी स्पर्शाचंही
वाटतं मोल
जाणवते त्यात
मनाची ओल

३४.

तळ्यामध्ये

झाडे दाटीवाटी
वाकून पाहती
तळ्यामध्ये ॥

तरंग उठती
मोठेमोठे होती
तळ्यामध्ये ॥

पक्षी कुणी येती
चोच बुडविती
तळ्यामध्ये ॥

संथ एक गती
भरुनिया शान्ती
तळ्यामध्ये ॥

आकाशाशी नाती
निळाई भरती
तळ्यामध्ये॥

३५.

धरतीरंग

निळ्यासावळ्या रांगांखाली
हिरवीपिवळी शेते झुलली
लाल तांबड्या बांधावरती
रानगुलाबी फुले खुलली
लाल मातकट ओहोळांचे
फाटे फुटले अवतीभवती
रोपे पाणी पाणी रोपे
रंगरंगी दिसती चौकटी
कुंद काळ्या नभातूनी या
शुभ्र पांढरे मोती झरती
कंच हिरवा साज लेवूनी
रंगीत सजली... हसली धरती

३६.

एकला

दुःख दुसऱ्याचे
असते शीतल
मायाही पातळ
तितकीच.
आत नि बाहेर
वेगळेच रंग
आपल्यात दंग
असे जो तो.
चोच मारण्यास
अवघे टपती
कसले सोबती
जीवनाचे.
ठिपका एकला
आयुष्य काटतो
हुंदका दाटतो
मधूनच.

३७.

निर्माल्य

आठवणीच्या कक्षेत
तो पुन्हा पुन्हा डोकावतो
अस्वस्थ करत उजाळा देतो
भूतकाळाच्या अतीलोचट सावल्या
पुन्हा तरारून उठतात.
हल्ली असं जाणवतं,
त्याचं अस्तित्व
मनातून कधीच पुसलं गेलंय.
तो केवळ निमित्तमात्र
एक माध्यम
पुन्हा पुन्हा मनात
घुटमळू पाहतं ते
त्याच्यात पाहिलेल्या
माझ्या पहिल्या,
कोवळ्या तरल प्रेमाचं
निर्माल्य.

३८.

तू आलास अन्...

तू आलास अन्
भिजून मी न्हाले
अनाम काहीसे
ओठावरती आले!
तू आलास अन्
हुरहुरणे आले
मलाच कळेना
असे काय झाले!
तू आलास अन्
मीच हरवले
मीच माझी माझी
नाही ना उरले!

३९.

फुलपाखरं– मोठं नू इवलं

एक मोठं फुलपाखरु
पंखांवरचे डोळे वटारून
उगीचच फडफडलं
शेजारचं इवलं
पंख मिटून, त्रिकोणी होऊन
लाडिक फुरंगटलं
पंखांवरचे डोळे
अलगद विरघळले
त्रिकोणी पंख मग
हळूहळू उलगडले...
पायघड्या परागांच्या
मोठ्यानं अंथरल्या
इवल्याच्या दिवसरात्री
गंधानं मंतरल्या

४०.

रुपेरी

पाण्यावरती चमक चकाकी
लाटांवरूनी झुलत लकाकी
प्रतिबिंबित हा चंद्र रुपेरी
इथल्या तिथल्या नदीकिनारी
लाटांवरती वाहत वाहत
चमचमताना जाई पोहत
काळोखी या चकमक सांडत
असा चंद्र हा प्रतिबिंबित

४१.

चेहरे

देखणे हसरे
गोंडस गोजिरे
माणसाचे हे
मुखवटे साजरे
आणखी वेगळा
आतला चेहरा
कोणता खोटा न्
कोणता खरा
काही मुखवटे
अगदीच फिट्ट
खऱ्या चेहऱ्याइतकेच
घट्ट
या चेहऱ्यांचे
खरे काय कळेल
यांचे असतात
अश्रूही बनेल

४२.

गुलमोहर

लालतांबडे गुच्छ फुलांचे
वाऱ्यावरती हलती झुलती
रसरसलेल्या फुलांतूनी या
सफेद मोती हळूच हसती
आपला तोरा जपून असती
कुर्रेबाज या पानफण्या
कैफ भरूनी बहराचा
झाडाच्या मैफलीत सुन्या
रंगारंगातूनी दिसते
आभाळाची निळी जाळी
बरसतात अंगांगातून
कवितेच्या जणू रसओळी

४३.

जन्म

मुठीतून जावी
वाळू निसटून
तसा सटकून
जन्म जातो

कळण्याआधी
कोण जाणे किती
आहे तरी हाती
जन्म जातो

असता ना कळे
तया किती मोल
होई मातीमोल
जन्म जातो

४४.

मन वेडे

वेड्या या मनाची
नाही समजूत
बसते कुढत
दिस दिस
वेड्या या मनात
काहीही सलते
हळूच खुलते
नकळत
वेडेसे हे मन
वरवर हसे
रडता ना दिसे
इतरांना

४५.

शपथ

तुला शपथ आहे...
भेटीच्या त्या बहाण्यांची
डोळ्यांतल्या कहाण्यांची...
झटपट सरत्या वेळाची
नजरेच्या त्या खेळाची...
रुसण्याची अन् फुगण्याची
वेड्यासारखं वागण्याची...
आईस्क्रिममधल्या जेलीची
जिन्याखालच्या वेलीची...
सोबत म्हणून येण्याची
पाऊल मग खिळण्याची...
तुझ्या आवडत्या साडीची
भेटीच्या त्या ओढीची...
पिसाट वाऱ्या-पावसाची
ओलेत्या त्या दिवसाची...
डोळे भरल्या काठांची
मुक्यामुक्या ओठांची...
तुला शपथ आहे...
तुझ्याच त्या शपथेची...
त्या शपथेची शपथ तुला
जिने गुंफले तुला-मला...

४६.

बिचारं

वळण ते सोडलं
मग,
परतून नाही पाहिलं
हरवलं... हिरावलं...
...सारं तिथल्या तिथे राहिलं
नादावलेलं मन खुळं
डोळे भरून वाहिलं
परत परत बिचारं
तिथं जात येत राहिलं

४७.

कवडसा

एक कवडसा
अंगणात येतो
पानापानांतून
रेंगाळत जातो

एक कवडसा
चोरट्याने येतो
हळूच कुठून
घरी डोकावतो

एक कवडसा
मनात झुलतो
देहच अवघा
मोरपीस होतो

४८.

चंद्र

तो चंद्र बासुंदीचा
इवल्या ठिपक्यांवरचा
साजरा हासत उभा
ढग लाटांलाटांवरचा
तुकड्याला आभाळाच्या
आज हसू फुटले
खिडकीमध्ये माझ्या
जिथे चांदणे हसले
त्या खिडकीतूनसुद्धा
तो अलगद डोकावला
रात्रीला केशराचा
स्वाद देऊनी गेला

४९.

साठल्या पाण्यात...

साठल्या पाण्यात
शून्य आणि फुल्या
चिखली चिकल्या
पावसाच्या.
साठल्या पाण्यात
उमटले रंग
भिजूनिया दंग
इंद्रधनू.
साठल्या पाण्यात
सोडलेल्या होड्या
आनंद उड्या
मुक्तपणे.
साठल्या पाण्यात
वाहुनिया येते
जरासे थांबते
काहीपण.

५०.

पाऊस पाऊस

वाऱ्याच्या पेडासंगे गोफ गुंफतो
पाऊस
दशदिशा भरूनिया सडा शिंपतो
पाऊस
रानावनातूनी हिरवाई उधळतो
पाऊस
खिडकीच्या काचांसंगे उगा खिदळतो
पाऊस
इवल्या होड्या कागदी कसा भिजवतो
पाऊस
जुन्या नकोशा किती भेगा बुजवतो
पाऊस
मस्त मजा भिजण्याला निमित्त देतो
पाऊस
खोळंबा करण्याला हटकून येतो
पाऊस
एका छत्रीखाली चिंब भिजवतो
पाऊस
जपतो त्या आठवणी मना रिझवतो
पाऊस

५१.

नख्या

जातात काही माणसं
तुमच्या आयुष्यात
तीक्ष्ण नख्या खुपसून
आणि
ठिबकत राहतात
वेदनेच्या थेंबांतून
अनेक क्षणी
नख्यांनी भिनवलेल्या विषात
खूप सामर्थ्य असतं
हसरी किनार कडू करण्याचं
बेभान फुलताना विझवण्याचं
आणि बरंच काही...
टोचतात बोचतात
सलतात बोलतात
या नख्या
रक्ताळलेल्या मनात
रुतून राहतात
या नख्या

५२.

वेध

संत्र्याच्या सालातली जाळी
झिरपली होती जणू
तिच्या सुकट काळ्या गालांवर
आणि गिरणीतलं पीठ
भुरभुरलं होतं तिच्या
अलिप्त कोरड्या केसांवर
डोळ्यांत वाळून विझलेल्या
कलिंगडाच्या बिया
कुतूहलानं उसळत नव्हत्या
खेदानं विव्हळत नव्हत्या
अन्
नैराश्यानं जळतही नव्हत्या
समोर दिसणारं बघायचं
एवढं काम
सवयीनं पार पाडत होत्या
उसावरच्या शेंगांचे
लोंबते कान धरून होते
काळसर पितळी फुलांना
बोराएवढा खोलगट खड्डा
तारुन काळ्या मण्यांना
फणसाचे हात अन्
काट्याकुट्याचे पाय
काकणांनाच रुतून
चेपल्यांनाच टोचत होते
अनुक्रमे
पाठीच्या धनुष्यावर
नशीबाची कमान ताणून
घेत होती ती
आयुष्याचा वेध.

५३.

कहाणी

घरी ‘आपल्या’ पाऊल
माप लवंडून दारी
उखाण्याला नजर खाली
सभोवती होती सारी

गर्द हिरवा चुडा
जोडवीचा ताल चाली
मेंदी हातास रंगली
तिच्यापली गाली लाली

सळसळे बाई फार
नव्या साडीचा पदर
खळबळ माजे उरी
मुके तरी गं अधर

पाश सारे सोडताना
माहेराच्या डोळा पाणी
सुरू कुंकाच्या साक्षीने
दोघा जीवांची कहाणी

५४.

कुठे कुठे

माणसाच्या धावण्याला
कुठे कुठे अंत नाही
धार तेज जीवनाची
कुठे कुठे संथ नाही
दूर दूर नजरांना
कुठे कुठे भिंत नाही
हव्यासाच्या पायी
शान्त कुठे चित्त नाही
रुक्ष मने कोरडी
कुठे कुठे ओल नाही
ओढ रेशमी हळवा
कुठे कुठे बोल नाही
मिळाले जे त्याचे
कुठे कुठे सुख नाही
सुखाचे सुख नाही
यापरी ते दुःख नाही

५५.

भिजला पाऊस

रखरख उन्हानं
केली लाही लाही
धरित्री आसावून
नभाकडे पाही
बहराचा फुलायचा
खेळ मांडू दे
ओट्यातून तुझ्या
मोती सांडू दे
ऐकले नभाने
ना बघितला अंत
सरसर धार आली
झाली धरा शांत
सुखाच्या धुंदीत
आसमंत निजला
झरझरा बरसून
पाऊसही भिजला

५६.

लेणं आनंदाचं

समाधान गाणं मनामध्ये गायचं
लेणं आनंदाचं आपणच ल्यायचं

वजा वजा ते करुनिया वजा
बेरजेची घ्यावी हसूनिया मजा
आयुष्याच्या खात्याला
जमा काय पाह्यचं
लेणं आनंदाचं आपणच ल्यायचं

उरी काळज्यांचा वाहू नये भारा
उदासीला जरा देऊ नये थारा
मोहरल्या क्षणी
चिंब चिंब न्हायचं
लेणं आनंदाचं आपणच ल्यायचं

५७.

व्यवहार

व्यवहार येतो तेव्हा
नातं कुठं उरतं?
खणखण पैशावरच
काय ते ठरतं

नैतिक देणं आणि
कुठले आलेत बंध
चमचम रुपया
करतो डोळे बंद
एखादं वेडं मन
मात्र उगाच झुरतं
व्यवहार येतो तेव्हा
नातं कुठं उरतं?

संगत किती दिसांची
मैत्री जरी निखळ
जेव्हा कुणा एकाचे
होते पांढरे उखळ
त्या क्षणी लगेच
सारं काही फिरतं
व्यवहार येतो तेव्हा
नातं कुठं उरतं?

५८.

एक केस रुपेरी

एक केस रुपेरी
दिसला एकदा असाच
'उपटू नये' सल्ल्यामुळं
राहू दिलाय तसाच

पाहिलेले पावसाळे
त्याच्यात मला दिसतात
बाकीचे केस काळे
बापड्याला हसतात
मात्र माझ्या मनाला
हुरहुर लागते उगाच
रुपेरी त्या केसाला
राहू दिलाय तसाच

राहून राहून जातं
त्याच्याकडं लक्ष
सोबती त्याचे नाहीत ना?
याबाबतीत दक्ष
असतो तो फटकून
इतरांपासून बराच
रुपेरी त्या केसाला
राहू दिलाय तसाच

पोत आहे टिकून
अजून मन हिरवा
सुगंधित आहे
अंतरीचा मरवा
का झुरत झुरा
काळजी करा फुकाच
रुपेरी त्या केसाला
राहू दिलाय तसाच

५९.

सौख्य

भोर काळी पायवाट
हिर्व्या शेतात दडली
निळ्या डोंगरांची रांग
लाल आभाळा भिडली

काळ्या सावल्या नाचल्या
तपकिरी भुईवर
हिर्वा मांडव झाकोळे
पांढऱ्या जुईवर

श्वास शान्त समाधानी
भरुनिया उरामधी
रंग तृप्तीचा अनोखा
पसरुन घरामधी

तुळशीला उजळवी
ज्योत दिव्याची पिवळी
सौख्य मागते घराचे
मनी होऊन हळवी

६०.

अंधार

डोळ्यासमोरून जाणाऱ्या
रंगीत भिंगऱ्या,
सोनेरी लकेरी
लककन् दचकवतात
नेहमीचंच ठिकाण
बिल्कूल अनोळखी
बनवतात
हातांनी चाचपडत
सावध पावलांनी
सवयीच्या खुणांचं बोट धरून
मेणबत्ती शोधायला जाताना
लक्षात येतं...
अंधारातसुद्धा हळूहळू
दिसायला लागतं.

६१.

मनोमनी

घरी आल्याआल्या पाहिलं
दारातच पत्रं पडलेली
त्यातल्या एकावरचं अक्षर
खासकरून आठवणीत कोरलेलं
मनात केव्हाचं थिरथिरणारं
फुलपाखरू
नकळत तळव्यावर येऊन बसलं
‘काय झालं?’
‘कुठं काय?’
‘मग हासलीस का?’
‘चलऽ, कुठं हसले?’
ते पाकिट उघडताच
कितीतरी फुलपाखरं
सगळीकडं पसरली
भिरीभिरी खोलीभर
खुशीत गिरकी घेऊन
गुणगुणतानासुद्धा
खट्याळ होतीच
अवतीभवती
आता या सगळ्या द्वाडांना
कसं बरं पकडावं?
पत्राचं उत्तर तर टाकायलाच हवं!

६२.

खेळीया

मी मी... क्रिकेट खेळून दाखवते
सगळ्यांनी टाळ्या पिटल्या
तिनं मोठ्या आवेशानं
बॅटींग केलं, बोलिंग केलं
साऱ्यांनी टाळ्या पिटल्या
पुढं पुढं तर बॅटिंग, बोलिंग,
विकेट कीपिंग आणि फिल्डींगही
तीच करू लागली
अधिकच शौर्यानं, जोमानं
आणि अभिमानानंसुद्धा
भोवतीचे ओरडत होते
बकअप! कीप इट अप!
आणखी पुढं पुढं तर
ती बॅटनं शटल कॉक उडवून
गोल करू लागली
विटी कोलून पॉईंट करताना
धावांचा पाऊस पाडू लागली
भोवतीचे अधिकच जोशात
ओरडत राहिले, वाऽ छान,
अजून... आणखी... और तेज!
आता तिच्यात नुसतं
चालण्याचंही बळ नाहीय
आणि इच्छा तर कधीच संपलीय
तळमळतीय ती 'टाईम प्लीज' म्हणून
पण,
भोवतीचे आवाज वाढतच चाललेत...
वाढतच चाललेत...

६३.

हॅंग ओव्हर

प्रत्येक ग्लासागणिक
डोळे जडावणारी
गडद गुंगी
स्वप्न कैद करते
पापण्यात
आणि ठेवते पहारा
मग सकाळी बसते डोकं धरून
हॅंगओव्हर आला म्हणून

६४.

आभाळ

'आभाळात एवढं काय बघायचं?'
तो विचारायचा.
ती नुसतीच हसायची,
काय सांगायचं म्हणून!
माथ्यावरच्या आभाळानंच
फक्त
अजून दगा दिला नाहीय
याचं आश्चर्य वाटून घेत
पाहात राहते त्याच्याकडं...
...नक्की आहे ना अजून
त्याची खात्री करत असते,
असं सांगायचं... का
आणखी काही...
म्हणून ती नुसतीच हसायची
अथांग...
नेहमीच आभाळासारखी

६५.

गाफील

नवं कोवळं पान फुटलं म्हणून
झाडं हुरळून नाचत नाहीत
आधीच्यासारखंच हे पण
आणि तसंच
नंतरचंही.
अंकुरण्याचं बळ दिलं
जीवनरसानं तकाकी दिली
बस्स,
आणखी काय पाहिजे?
झाड पोक्त, व्यवहारी
विचार करतं
पान मात्र
पोपटी स्वप्नात
गाफील
कधीकधी
अवेळीच गळतं

६६.

कविता म्हणते...

कधी अनुभव
काळजा भिडतो
आप आपल्याशी
संवाद घडतो
जाणीवा शब्दांत
निसटत्या येती
कधी कधी कुणी
अंतरी भिडती
क्षण मोरपंखी
तळव्यात येतो
पिसं लावूनिया
हळुवार होतो
माझे प्रतिबिंब
जिच्यात पाहते
तिला मी माझी
कविता म्हणते...

आभाळ अनंत
छत्री डोक्यावरची
चिंब भिजवणारी

ढगांचे बगळे
आकाशात दूरवर
पसरत पसरत

वीजेच्या तारांवर
क्षीण एकाकी पक्षी
तार तुटलेला

शोधत गुलाबी खुणा
मी पंखही मिळवले
तोवर माझं आभाळ हरवलं

काळ्या आभाळी
ठळक चांदणी
सोबत कायमची

पिसांचं पाखरु
मोकळा श्वास
मुठीत बंद

मनीप्लँटचं नवं पान
हळूच उलगडलं
निमूटपणे रांगेत आलं

नाजूक फिशटँक
सोनेरी मासे
राजे आपल्या विश्वाचे

निळ्या वाटेशेजारी
हिरवट रांगा
तांबडा गोळा... टेकडीपल्याड

किरणांनी पसारा आवरला
सावल्या विस्कटल्या अस्ताव्यस्त
मिसळून गेल्या अंधारात

थेंब पावसाचे
पानांनी अंगावर झेलले
म्हातारं झाडं बहरून हरालं

घरट्यातल्या गुलाबी पिल्लानं
पहिली भरारी घेतली
झाडालाच जणू पिसं जडली

डोहावर हलकी थरथर उठली
काठच्या झाडानं वाकून पाहिलं
आभाळ पाण्यात मिसळून गेलं

ओळखीची कुजबूज
लाजून गुलमोहर
फांद्या वाकवून... आरक्त

सरलं काटेरीपण
विणला रेशमी कोष
सारं फुलपंखी झालं

सांजवल्यानंतर झगमगता
केशरी सडा मावळतीचा
दिव्यांच्या ठिपक्यांची रांगोळी

वाऱ्याची रेशमी झुळूक आली
पहाटेला तजेला देऊन गेली
कळीचे हलकेच फूल झाले

हरवला हिरवा गालिचा
तप्त काळ्या उरल्या भेगा
आभाळाच्या डोळ्यांना टिपूस नव्हतं

झाडांना जडली जर सोनेरी
पसरले गवतावर मोती रूपेरी
हळूच डोकावले इंद्रधनू

केशरी चांद
रंगला विडा
ओठांत चांदणं

ठाव शोधणारा
आरसा मनाचा
पारा उडलेला

मनी भावबंधांचे
झाले खुळे भास
पटले मृगजळ तरी
मनात खुळी आस

थोडी ओल दिसता
मन संधी देतं
गंधभऱ्या क्षणांचं
क्षणात बंदी होतं

शुष्क सुकडं झाड
निळ्याजांभळ्या घोसांचं
वाटलं मला प्रतीक
मनातल्या आशांचं

मोत्यांचे दहिवर
ल्यायला प्राजक्त
काही क्षण शाश्वत
ओळखून हे सत्य

देठं प्राजक्ताची
केशरानं माखली
पांढऱ्या फुलांनी
जमीन झाकली

घरट्यातल्या पिल्लानं
खूप शोधून बघितलं
पण आभाळ कुठं संपतं
ते त्याला नाही सापडलं

घरट्यातल्या पिल्लानं
जेवढं आभाळ पाहिलं
तेवढंच सारं विश्व
त्याला वाटून गेलं

वाऱ्याशी बिलगून खेळणारं
हिरवंकंच पान
टपकन् ओघळलं
तेव्हापासून झाड मोडून गेलं

एक सल मनातला
अचानक वर आला
कपाळीच्या आठ्यांमध्ये
ठळकपणे रुतून गेला

समोर अचानक पाहून
पानं स्मृतींची चाळवली
क्षणभर डोळ्यांमध्ये
आठवण साकळली

स्वप्नांना काय होतं
फक्त चांगलंच पडायला
एरवी असतंच की
वास्तव नुसतं पीडायला

बागेत फुलं सारी
मस्तीत हसली
बुकेत येता
शिस्तीत बसली

कितीही समजावा मनाला
आपलं सोडत नाही
एक दिवस नसतो
जेव्हा कुढत नाही

व्यवहारी जगाची
आपली अशी कक्षा आहे
तिथं हळवेपणा ही
एक मोठी शिक्षा आहे

तुलाच फक्त मी
कडक कायदा लावते
तू माझा आहेस ना,
याचा गैरफायदा घेते

तुझ्या माझ्या नव्हत्या
रेषाच मिळत्या कधी
का नाही घेतलं
लक्षात मी आधी

तुझ्यामाझ्यातलं सारं
हवेत विरलं
वेडं मन मात्र
उगाच झुरलं

जपून जरा बोल
मनात खुपेल
फूल तोडताना
पाकळ्यांना दुखेल

तुझ्या कुशीत उबेचे
पंख लावून घेते
तेवढ्यापुरते जगाचे
डंख ठेवून देते

क्षितिजापल्याड आता
ऐकू येते मुरली
न सांगताच पायांनी
वाट तिकडली धरली

रिक्त इथे होताना
आस नाही उरली
मिटत्या रस्त्यांकडे
नजर नाही फिरली

काय घोळतंय मनात
लेखणी दक्ष होती
माझ्या प्रत्येक शब्दाची
तीच साक्ष होती

मुरदाडपणासुद्धा
कमावलेला गुण आहे
आपलं साधणं पहिलं
बाकी मग गौण आहे

हळवी हळवीशी
मने वेडीखुळी
पंखांचा ठाव घेती
निळ्या निळ्या आभाळी

तू तिथं अन् मी इथं
वेगळे आपले काठ
स्वर्गातच नसणार मारली
आपली दोघांची गाठ

सरळसोट आयुष्यात
सारेच 'आपले' असतात
थोडी गरज दिसता
कोण कुठले असतात

सुखासाठी म्हणून तर
माणूस जगत असतो
सुख असतं तेव्हा
आणखी पुढं निघतो

एक कप्पा मनाचा
खळकन् निखळला
अनिवार अश्रू
पापण्यांमध्ये साकळला

प्रथम पाहताच
मनोमन वरलं
तुझंही तसंच
गृहितच धरलं

जगता आलं पाहिजे
प्रत्येक क्षणाक्षणाला
हातनं निसटल्यावर
सांगायचं मग कुणाला!